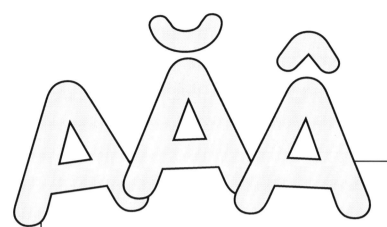

VIETNAMESE HANDWRITING
Workbook

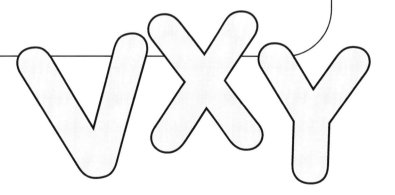

 www.lingvitokids.com

Nội dung

Contents

Vietnamese Tones

In Vietnamese, we have six special ways to say words.
These special ways are called "tones." Let's learn about them!

No Tone
(Thanh Ngang)

Imagine saying a word just like you always do. It's like saying "ma" without any special way.

Falling Down Tone
(Thanh Huyền)

This one is like when you say "uhm" in English, like when you agree with something, but you also make your voice go down a little. Try saying "mà".

Rising Up Tone
(Thanh Sắc)

When you say this tone, it's like when you quickly say "What???" in English and make your voice go up high.
Try saying "má".

Asking Tone
(Thanh Hỏi)

It's like saying "really?" but much faster. Imagine asking a question and saying "mả".

Broken Tone
(Thanh Ngã)

Pretend someone tickled your belly while you were talking, and your voice broke. That's how this tone sounds. Try saying "mã".

Heavy Tone
(Thanh Nặng)

This one is like speaking with a very deep and heavy voice. Say "mạ" in a strong, low voice.

Now you know the six magical Vietnamese tones.
Practice them, and you'll sound like a pro!

Alphabet Sounds

A [a]	Ă [a] short	Â [a] short and sharp	B [b]	C [c]
D [z/y]	Đ [d]	E [e]	Ê [e] short	G [gh]
Gi [zi\y]	H [h]	I [ee]	K [k]	Kh [h]
L [l]	M [m]	N [n]	Ng [ng]	Nh [ny]
O [o]	Ô [o] short	Ơ [o] hard	P [p]	Ph [f]
Qu [ku]	R [z\r]	S [s]	T [t]	Th [t] aspirated
Tr [ch]	U [oo]	Ư [ugh] unique	V [v\y]	
X [s]	Y [i]			

Bảng chữ cái tiếng Việt

A  **anh hùng**
[anh hùng] · hero

Ă  **ăn**
[an] · to eat

Â  **quả mận**
[kwảh mạhn] · plum

Đ  **đèn**
[dèn] · lamp

E  **em bé**
[em bé] · baby

Ê  **con ếch**
[kon ék] · frog

K  **kem**
[kem] · ice-cream

L  **lá cây**
[lá kah-i] · leaf

M  **mây**
[mahy] · cloud

Ơ  **quả bơ**
[kwảh bogh] · avocado

P  **pin**
[pin] · battery

Q  **quà tặng**
[kwảh tạng] · gift

U 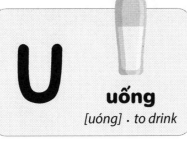 **uống**
[uóng] · to drink

Ư  **chim ưng**
[chim ugh-ng] · eagle

V  **váy**
[váee] · skirt

Vietnamese Alphabet

B · **bóng bay**
[bóng bay] · balloon

C · **cây**
[kahy] · tree

D · **dưa hấu**
[zugh-a háu] · watermelon

G · **gạch**
[gạk] · brick

H · **hoa hồng**
[hoa hòh-ng] · rose

I · **im lặng**
[im lạng] · silent

N · **nhà**
[nhà] · house

O · **con ong**
[kon ong] · bee

Ô · **ô**
[oh] · umbrella

R · **rác**
[zák] · trash

S · **sách**
[sák] · book

T · **túi**
[túi] · bag

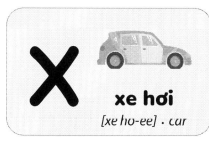

X · **xe hơi**
[xe ho-ee] · car

Y · **yến**
[ee-én] · bird's nest

A a

cá
[ká] · fish

hạt
[hạt] · nut

A

A

A

a

a

a

cá

cá

cá

hạt

hạt

hạt

atisô
[a-ti-soh] · artichoke

áo thun
[áo thun] · t-shirt

gà trống
[gah chóhng] · rooster

anh hùng
[anh hung] · hero

atisô

atisô

atisô

áo thun

áo thun

áo thun

gà trống

gà trống

gà trống

anh hùng

anh hùng

anh hùng

Ă ă

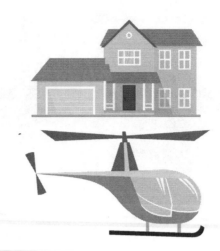

căn nhà
[kan nhàh] · house

trực thăng
[chyk chang] · helicopter

Ă

Ă

Ă

ă

ă

ă

căn nhà

căn nhà

căn nhà

trực thăng

trực thăng

trực thăng

mặt trời
[mạt chòi] · sun

đầm
[dàhm] · dress

mặt trăng
[mạt chang] · moon

số năm
[sóh nam] · five

mặt trời

mặt trời

mặt trời

đầm

đầm

đầm

mặt trăng

mặt trăng

mặt trăng

số năm

số năm

số năm

Â â

cá sấu
[ká sóu] · alligator

cầu vồng
[kou vòhng] · rainbow

Â

Â

Â

â

â

â

cá sấu

cá sấu

cá sấu

cầu vồng

cầu vồng

cầu vồng

bàn chân
[bàn chan] · foot

quần dài
[kwàn zài] · pants

tất
[tát] · socks

cây kéo
[kay kéo] · scissors

bàn chân

bàn chân

bàn chân

quần dài

quần dài

quần dài

tất

tất

tất

cây kéo

cây kéo

cây kéo

B b

bàn
[bàn] · table

**bàn chải
đánh răng**
[bàhn chải dánh zang]
toothbrush

B

B

B

b

b

b

bàn

bàn

bàn

bàn chải đánh răng

bàn chải đánh răng

bàn chải đánh răng

bọ rùa

[bọ zùa] · *ladybug*

bánh ngọt

[nh ng-ọt] · *cake*

bánh xe

[bánh se] · *wheel*

búp bê

[búp beh] · *doll*

bọ rùa

bọ rùa

bọ rùa

bánh ngọt

bánh ngọt

bánh ngọt

bánh xe

bánh xe

bánh xe

búp bê

búp bê

búp bê

C c

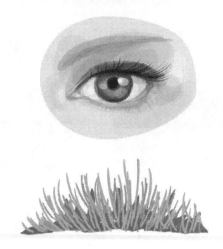

con mắt
[kon mát] · eye

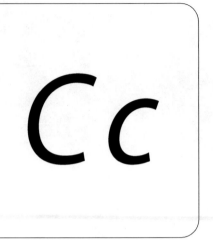

cỏ
[kỏ] · grass

C

C

C

C

C

C

con mắt

con mắt

con mắt

cỏ

cỏ

cỏ

con mèo
[kon mèo] · cat

chìa khóa
[chìa hóa] · key

con chó
[kon chó] · dog

con ong
[kon ong] · bee

con mèo

con mèo

con mèo

chìa khóa

chìa khóa

chìa khóa

con chó

con chó

con chó

con ong

con ong

con ong

D d

dưa hấu
[zy-a hóu] · *watermelon*

dao
[zao] · *knife*

D

D

D

d

d

d

dưa hấu

dưa hấu

dưa hấu

dao

dao

dao

dép tông
[zép tohng] · flip flops

con dê
[kon zeh] · goat

dâu tây
[zou tay] · strawberry

con diệc
[kon ziệc] · heron

dép tông

dép tông

dép tông

con dê

con dê

con dê

dâu tây

dâu tây

dâu tây

con diệc

con diệc

con diệc

Đ đ

đám mây
[dám may] · cloud

đôi giày
[doi zày] · shoes

Đ

Đ

Đ

đ

đ

đ

đám mây

đám mây

đám mây

đôi giày

đôi giày

đôi giày

đá
[dá] · stone

đĩa ăn
[di-ia an] · plate

điện thoại
[diện thoại] · phone

đồ chơi
[dò chòi] · toys

đá

đá

đá

đĩa ăn

đĩa ăn

đĩa ăn

điện thoại

điện thoại

điện thoại

đồ chơi

đồ chơi

đồ chơi

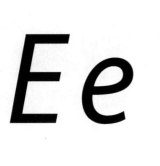

E e

chim én
[chim én] · swallow

em bé
[em bé] · baby

E

E

E

e

e

e

chim én

chim én

chim én

em bé

em bé

em bé

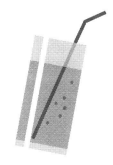

con vẹt
[kon vẹt] · parrot

em gái
[em gái] · sister

hoa sen
[hoa sen] · lotus

nước ép
[ný-ok ép] · juice

con vẹt

con vẹt

con vẹt

em gái

em gái

em gái

hoa sen

hoa sen

hoa sen

nước ép

nước ép

nước ép

Ê ê

nến
[néhn] · candle

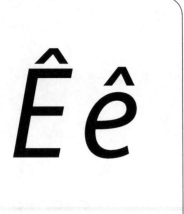

con ếch
[kon ék] · frog

Ê

Ê

Ê

ê

ê

ê

nến

nến

nến

con ếch

con ếch

con ếch

con nhện
[kon nhẹn] · spider

biển
[biển] · sea

yên lặng
[ien lạng] · quiet

thiên nga
[thiehn n-ga] · swan

con nhện

con nhện

con nhện

biển

biển

biển

yên lặng

yên lặng

yên lặng

thiên nga

thiên nga

thiên nga

Gg

gỗ
[go-o] · wood

giường
[gy-òw-n] · bed

G

G

G

g

g

g

gỗ

gỗ

gỗ

giường

giường

giường

găng tay
[gang tay] · gloves

gấu mèo
[gáh-u mèo] · raccoon

gia đình
[za dình] · family

gà con
[gà kon] · chick

găng tay

găng tay

găng tay

gấu mèo

gấu mèo

gấu mèo

gia đình

gia đình

gia đình

gà con

gà con

gà con

H h

hoạt hình
[hoạt h] · cartoon

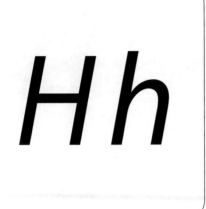

hải mã
[hải ma-a] · walrus

H

H

H

h

h

h

hoạt hình

hoạt hình

hoạt hình

hải mã

hải mã

hải mã

hộp
[họp] · box

hươu cao cổ
[hee-ow-u kao] · giraffe

hòn đảo
[hòhn dảo] · island

hoa
[hoa] · flower

hộp

hộp

hộp

hươu cao cổ

hươu cao cổ

hươu cao cổ

hòn đảo

hòn đảo

hòn đảo

hoa

hoa

hoa

l i

con khỉ
[kon hỉ] · monkey

miệng
[miệng] · mouth

l

l

i

i

i

con khỉ

con khỉ

con khỉ

cái miệng

cái miệng

cái miệng

nho tím
[nho tím] · grape

bánh mì
[bánh mì] · bread

con nai
[kon nai] · deer

bình minh
[bình minh] · dawn

nho tím

nho tím

nho tím

bánh mì

bánh mì

bánh mì

con nai

con nai

con nai

bình minh

bình minh

bình minh

K k

kính mắt
[kính mát] · glasses

khăn quàng cổ
[khan kwàng kỏ] · scarf

K

K

K

k

k

k

kính mắt

kính mắt

kính mắt

khăn quàng cổ

khăn quàng cổ

khăn quàng cổ

khinh khí cầu
[khinh khí còu]
hot air balloon

kiến
[keeén] · ant

kem
[kem] · ice cream

khoai tây
[khoai tay] · potato

khinh khí cầu

khinh khí cầu

khinh khí cầu

kiến

kiến

kiến

kem

kem

kem

khoai tây

khoai tây

khoai tây

L l

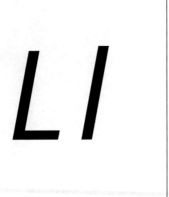

lá cây
[lá kay] · leaf

lợn
[lọ-n] · pig

L

L

L

l

l

l

lá cây

lá cây

lá cây

lợn

lợn

lợn

lưỡi
[ly-o-oi] · tongue

lỗ rốn
[lo-o zón] · belly button

lúa mì
[lúa mì] · wheat

lê
[leh] · pear

lưỡi

lưỡi

lưỡi

lỗ rốn

lỗ rốn

lỗ rốn

lúa mì

lúa mì

lúa mì

lê

lê

lê

M m

mũ
[mu-u] · hat

máy bay
[máy bay] · airplane

M

M

M

m

m

m

mũ

mũ

mũ

máy bay

máy bay

máy bay

máy ảnh
[máy ảnh] · *photo camera*

mũi
[mu-ui] · *nose*

mũi tên
[mu-ui ten] · *arrow*

mùa hè
[mùa hèh] · *summer*

máy ảnh

máy ảnh

máy ảnh

mũi

mũi

mũi

mũi tên

mũi tên

mũi tên

mùa hè

mùa hè

mùa hè

N n

ngô
[ngoh] · corn

nhà
[nyà] · house

N

N

N

n

n

n

ngô

ngô

ngô

nhà

nhà

nhà

nấm

[nám] · mushroom

ngỗng

[ngo-ong] · goose

ngôi sao

[ngoi sao] · star

nhím

[nhím] · hedgehog

nấm

nấm

nấm

ngỗng

ngỗng

ngỗng

ngôi sao

ngôi sao

ngôi sao

nhím

nhím

nhím

O o

balo
[ba-lo] · backpack

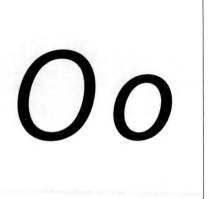

đồ ăn
[dòh an] · food

O

O

O

o

o

o

balo

balo

balo

đồ ăn

đồ ăn

đồ ăn

cá heo
[ká heo] · dolphin

con cú
[kon kú] · owl

kẹo
[kẹo] · candy

con bò
[kon bò] · cow

cá heo

cá heo

cá heo

con cú

con cú

con cú

kẹo

kẹo

kẹo

con bò

con bò

con bò

Ô ô

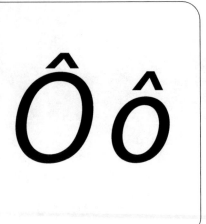

ốc sên
[ốk sen] · snail

môi
[moi] · lips

Ô

Ô

Ô

ô

ô

ô

ốc sên

ốc sên

ốc sên

môi

môi

môi

ô

[o] · umbrella

đồng hồ

[dòng hò] · clock

nồi

[nòi] · pot

cô giáo

[koh záo] · teacher

ô

ô

ô

đồng hồ

đồng hồ

đồng hồ

nồi

nồi

nồi

cô giáo

cô giáo

cô giáo

Ơơ

bơ
[bòw] · butter

quả mơ
[kwả mòw] · apricot

ơ

ơ

ơ

ơ

ơ

ơ

bơ

bơ

bơ

quả mơ

quả mơ

quả mơ

lá cờ
[lá kòw] · flag

tia chớp
[tia chóp] · lightning

bươm bướm
[be-owm be-ówm] · butterfly

trái bơ
[chái bòw] · avocado

lá cờ

lá cờ

lá cờ

tia chớp

tia chớp

tia chớp

bươm bướm

bươm bướm

bươm bướm

trái bơ

trái bơ

trái bơ

P p

phòng ngủ
[fòng ngủ"] · bedroom

đèn pin
[dèn pin] · flashlight

P

P

P

p

p

p

phòng ngủ

phòng ngủ

phòng ngủ

đèn pin

đèn pin

đèn pin

phô mai
[fo mai] · cheese

phao cứu sinh
[fao ký-u sinh] · lifebuoy

pháo hoa
[fáo hoa] · firework

phòng tắm
[fòng tám] · bathroom

phô mai

phô mai

phô mai

phao cứu sinh

phao cứu sinh

phao cứu sinh

pháo hoa

pháo hoa

pháo hoa

phòng tắm

phòng tắm

phòng tắm

Q q

quả dưa chuột
[kwả zy-a chuọt] · cucumber

quần áo
[kwàn áo] · clothes

Q

Q

Q

q

q

q

quả dưa chuột

quả dưa chuột

quả dưa chuột

quần áo

quần áo

quần áo

quả táo
[kwả táo] · apple

quả bí đỏ
[kwả bí dỏ] · pumpkin

quả dứa
[kwả zý-a] · pineapple

quả anh đào
[kwả anh dào] · cherry

quả táo

quả táo

quả táo

quả bí đỏ

quả bí đỏ

quả bí đỏ

quả dứa

quả dứa

quả dứa

quả anh đào

quả anh đào

quả anh đào

Rr

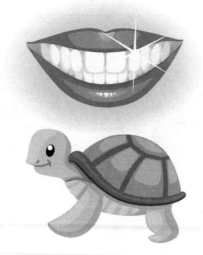

răng
[zang] · teeth

rùa
[zùa] · turtle

R

R

R

r

r

r

răng

răng

răng

rùa

rùa

rùa

mưa
[mềw-a] · rain

rau chân vịt
[zau chan vịt] · spinach

rau củ
[raoo kỏo] · vegetables

cái rổ
[kái zỏ] · basket

mưa

mưa

mưa

rau chân vịt

rau chân vịt

rau chân vịt

rau quả

rau quả

rau quả

cái rổ

cái rổ

cái rổ

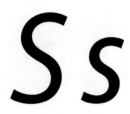

sâu
[sou] · worm

sư tử
[sy tỷ] · lion

S

S

S

s

s

s

sâu

sâu

sâu

sư tử

sư tử

sư tử

52

sóc
[sók] · squirrel

sô cô la
[soh koh la] · chocolate

sữa chua
[si-a chua] · yogurt

sách
[sák] · book

sóc

sóc

sóc

sô cô la

sô cô la

sô cô la

sữa chua

sữa chua

sữa chua

sách

sách

sách

T t

thìa
[thìa] · spoon

tóc
[tók] · hair

T

T

T

t

t

t

thìa

thìa

thìa

tóc

tóc

tóc

thủy tinh
[thủy tinh] · glass

thỏ
[thỏ] · rabbit

trái bóng
[chái bóng] · ball

tai
[tai] · ear

thủy tinh

thủy tinh

thủy tinh

thỏ

thỏ

thỏ

trái bóng

trái bóng

trái bóng

tai

tai

tai

U u

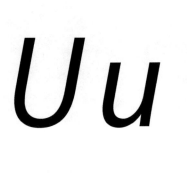

cây cầu
[kai kàoo] · bridge

bút chì
[bút chì] · pencil

U

U

U

u

u

u

cầu

cầu

cầu

bút chì

bút chì

bút chì

cái đuôi
[kái duoi] · tail

nông phu
[nohng fu] · farmer

cái nút
[kái nút] · button

cái khăn lau
[kái han lau] · towel

cái đuôi

cái đuôi

cái đuôi

nông phu

nông phu

nông phu

cái nút

cái nút

cái nút

cái khăn lau

cái khăn lau

cái khăn lau

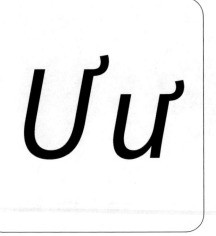

ấm đun nước
[ấm dun ný-ok] · kettle

thỏ rừng
[thỏ zỳ-ng] · hare

Ư

Ư

Ư

ư

ư

ư

ấm đun nước

ấm đun nước

ấm đun nước

thỏ rừng

thỏ rừng

thỏ rừng

bình tưới nước
[bình tý-oi ný-ok]
watering can

tên lửa
[ten lỷ-a] · rocket

sâu bướm
[sau be-óm] · caterpillar

nữ
[nu] · female

bình tưới nước

bình tưới nước

bình tưới nước

tên lửa

tên lửa

tên lửa

sâu bướm

sâu bướm

sâu bướm

nữ

nữ

nữ

V v

vô lăng
[voh lang] · steering wheel

vàng
[vàng] · gold

V

V

V

v

v

v

vô lăng

vô lăng

vô lăng

vàng

vàng

vàng

váy
[váy] · skirt

vòi nước
[voi nìh-ók] · faucet

việt quất
[việt kwát] · blueberry

vườn bách thú
[vy-òn bâk t-hú] · zoo

váy

váy

váy

vòi nước

vòi nước

vòi nước

việt quất

việt quất

việt quất

vườn bách thú

vườn bách thú

vườn bách thú

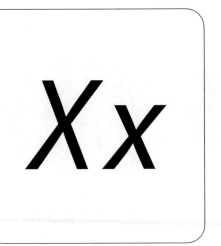

xe buýt
[se bu-éet] · bus

xe hơi
[se hoy] · car

X

X

X

X

X

X

xe buýt

xe buýt

xe buýt

xe hơi

xe hơi

xe hơi

xe lửa
[se lỳ-a] · train

xe đạp
[se dạp] · bike

xà bông
[sà bohng] · soap

xẻng
[sẻng] · shovel

xe lửa

xe lửa

xe lửa

xe đạp

xe đạp

xe đạp

xà bông

xà bông

xà bông

xẻng

xẻng

xẻng

Y y

con thuyền
[kon thuẻen] · boat

yên ngựa
[ien ngụgha] · horse saddle

Y

Y

Y

y

y

y

con thuyền

con thuyền

con thuyền

yên ngựa

yên ngựa

yên ngựa

dây nịt
[zay nịt] · belt

cây
[kaee] · tree

ngón tay
[ngon taee] · finger

yêu thương
[ieeu thew-ong] · love

dây nịt

dây nịt

dây nịt

cây

cây

cây

ngón tay

ngón tay

ngón tay

yêu thương

yêu thương

yêu thương

Số đếm 1-10

1	**2**	**3**	**4**	**5**
một	**hai**	**ba**	**bốn**	**năm**
[mọt] • one	[hai] • two	[ba] • three	[bóhn] • four	[nam] • five

một

một

hai

hai

ba

ba

bốn

bốn

năm

năm

Numbers 1-10

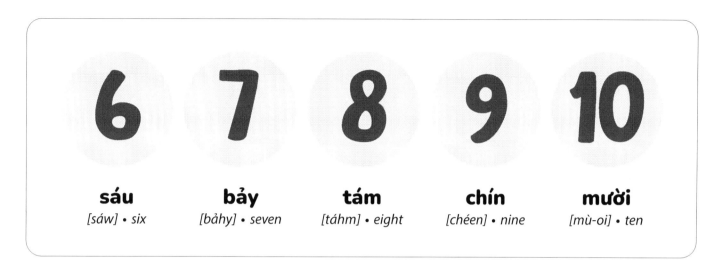

sáu
[sáw] • six

bảy
[bảhy] • seven

tám
[táhm] • eight

chín
[chéen] • nine

mười
[mù-oi] • ten

sáu

sáu

bảy

bảy

tám

tám

chín

chín

mười

mười

Số đếm 11-20

11	**12**	**13**	**14**	**15**
mười một	**mười hai**	**mười ba**	**mười bốn**	**mười lăm**
[mù-oi mọt] • eleven	[mù-oi hai] • twelve	[mù-oi ba] • thirteen	[mù-oi bón] • fourteen	[mù-oi lam (short a)] • fifteen

mười một

mười một

mười hai

mười hai

mười ba

mười ba

mười bốn

mười bốn

mười lăm

mười lăm

Numbers 11-20

16	17	18	19	20
mười sáu	**mười bảy**	**mười tám**	**mười chín**	**hai mươi**
[mù-oi sáu] • sixteen	[mù-oi bảee] • seventeen	[mù-oi tám] • eighteen	[mù-oi chín] • nineteen	[hai mu-oi] • twenty

mười sáu

mười sáu

mười bảy

mười bảy

mười tám

mười tám

mười chín

mười chín

hai mươi

hai mươi

Số đếm 30-100

30	40	50	60
ba mươi	**bốn mươi**	**năm mươi**	**sáu mươi**
[ba mu-oi] • thirty	[bón mu-oi] • forty	[nam mu-oi] • fifty	[sáu mu-oi] • sixty

ba mươi

ba mươi

bốn mươi

bốn mươi

năm mươi

năm mươi

sáu mươi

sáu mươi

Numbers 30-100

70	80	90	100
bảy mươi	**tám mươi**	**chín mươi**	**một trăm**
[bảee mu-oi] • seventy	[tám mu-oi] • eighty	[chín mu-oi] • ninety	[mọt cham] • hundred

bảy mươi

bảy mươi

tám mươi

tám mươi

chín mươi

chín mươi

một trăm

một trăm

1 Động vật [dọng vạt]

con bò
[kon bò] • cow

cừu
[kù-u] • sheep

lợn
[lọ-n] • pig

con bò

con bò

cừu

cừu

lợn

lợn

Animals

con dê
[kon zeh] • goat

con lừa
[kon lù-a] • donkey

ngựa
[ngọo-a] • horse

---

con dê

con dê

ngựa

ngựa

con lừa

con lừa

2 Động vật [dọng vạt]

con nai
[kon nai] • deer

sóc
[sók] • squirrel

gấu mèo
[gáh-u mèo] • raccoon

con nai

con nai

gấu mèo

gấu mèo

sóc

sóc

Animals

cáo
[káo] • fox

gấu
[gáhw] • bear

nhím
[nhím] • hedgehog

cáo

cáo

nhím

nhím

gấu

gấu

3 Động vật [dọng vạt]

con chó
[kon chó] • dog

con mèo
[kon mèo] • cat

rùa
[zùa] • turtle

con mèo

con mèo

con chó

con chó

rùa

rùa

Animals

chuột đồng
[chuọt dòng] • hamster

thỏ
[thỏ] • rabbit

chuột
[chuọht] • mouse

chuột đồng

chuột đồng

chuột

chuột

thỏ

thỏ

1 Chim chóc [chim chóc]

gà trống
[gah chóhng] • rooster

gà mái
[gà mái] • hen

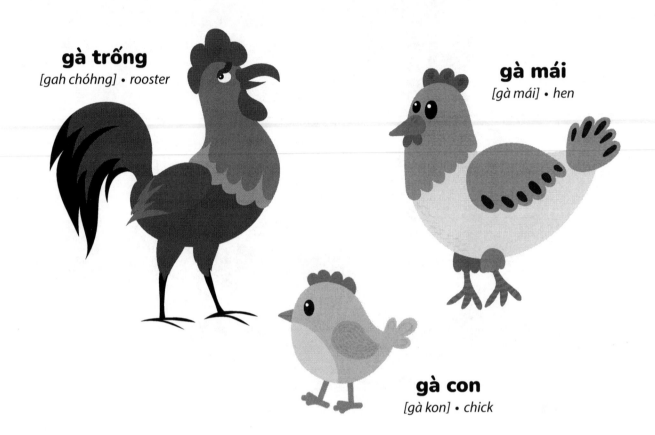

gà con
[gà kon] • chick

gà trống

gà trống

gà mái

gà mái

gà con

gà con

Birds

ngỗng
[ngo-ong] • goose

gà tây
[gàh tai] • turkey

vịt
[vẹt] • duck

ngỗng

ngỗng

gà tây

gà tây

vịt

vịt

2 Chim chóc *[chim chóc]*

con vẹt
[kon vẹt] • parrot

con cú
[kon kú] • owl

chim cánh cụt
[chim kánh kụt] • penguin

con vẹt

con vẹt

con cú

con cú

chim cánh cụt

chim cánh cụt

Birds

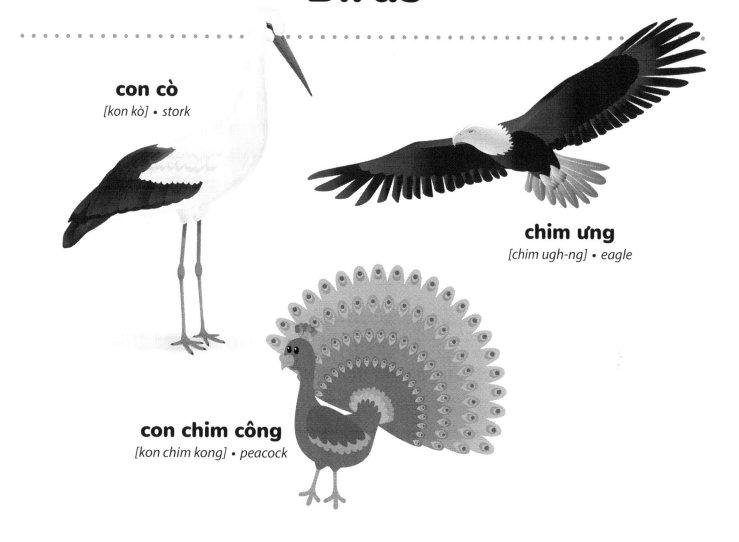

con cò
[kon kò] • stork

chim ưng
[chim ugh-ng] • eagle

con chim công
[kon chim kong] • peacock

con cò

con cò

con chim công

con chim công

chim ưng

chim ưng

Màu sắc

màu đỏ

[màu dỏ] • *red*

màu đỏ

màu đỏ

màu đỏ

màu vàng

[màu vàng] • *yellow*

màu vàng

màu vàng

màu vàng

Colors

màu xanh lá cây
[màu sahn lá kaee] • *green*

màu xanh lá cây

màu xanh lá cây

màu xanh lá cây

màu xanh da trời
[màu sahn za choi] • *blue*

màu xanh da trời

màu xanh da trời

màu xanh da trời

Màu sắc

màu trắng

[màu cháng] • *white*

màu trắng

màu trắng

màu trắng

màu đen

[màu den] • *black*

màu đen

màu đen

màu đen

Colors

màu cam
[màu kam] • *orange*

màu cam

màu cam

màu cam

màu hồng
[màu hòng] • *pink*

màu hồng

màu hồng

màu hồng

Màu sắc

màu tím

[màu tím] • purple

màu tím

màu tím

màu tím

màu nâu

[màu nau] • brown

màu nâu

màu nâu

màu nâu

Colors

màu xám

[màu sám] • *gray*

màu xám

màu xám

màu xám

đa màu sắc

[da màu sák] • *multicolored*

đa màu sắc

đa màu sắc

đa màu sắc

quả táo
[kwả táo] • *apple*

quả táo

quả lê
[kwả leh] • *pear*

quả lê

quả dưa hấu
[kwả zy-a hóu]
watermelon

quả dưa hấu

quả chuối
[kwảh chuó-i]
banana

quả chuối

Fruits & berries

quả cam
[kwảh kam] • orange

quả cam

quả dứa
[kwả zý-a] • pineapple

quả dứa

mâm xôi đỏ
[mam soy dỏh]
raspberry

mâm xôi đỏ

việt quất
[việt kwát]
blueberry

việt quất

2 Trái cây & quả mọng
[táee cai & kwả mọng]

quả chanh
[kwảh chanh] • lemon

quả chanh

quả nho
[kwảh nho] • grapes

quả nho

quả anh đào
[kwả anh dào]
cherry

quả anh đào

quả đào
[kwảh dào] • peach

quả đào

Fruits & berries

dâu tây
[zou tay] • strawberry

dâu tây

quả lựu
[kwảh lụ-u]
pomegranate

quả lựu

quả kiwi
[kwảh kee-wee] • kiwi

quả kiwi

quả xoài
[kwảh xoài] • mango

quả xoài

1 Rau củ [hạt dạoo]

bông cải xanh
[bohng kải sahn] • *broccoli*

bông cải xanh

cà rốt
[kàh róht] • *carrot*

cà rốt

cải bắp
[kải báp] • *cabbage*

cải bắp

ngô
[ngoh] • *corn*

ngô

Vegetables

khoai tây
[khoai tay] • potato

khoai tây

củ hành
[kỏo hành] • onion

củ hành

hạt đậu
[hạt dạu] • pea

hạt đậu

cần tây
[kàhn tahy] • celery

cần tây

2 Rau củ [raoo kỏo]

tỏi
[toy] • garlic

tỏi

ớt
[ót] • pepper

ớt

quả dưa chuột
[kwả zy-a chuọt]
cucumber

quả dưa chuột

nấm
[nám] • mushroom

nấm

Vegetables

quả bí đỏ
[kwả bí dỏ] • pumpkin

quả bí đỏ

bông cải trắng
[bong càee cháng] • cauliflower

bông cải trắng

cà tím
[kà tím] • eggplant

cà tím

măng tây
[mang taee] • asparagus

măng tây

1 Thức ăn [thụ-k an]

bữa sáng
[bu-a sáng] • breakfast

bữa trưa
[bu-a chuah] • lunch

bữa tối
[bu-a tói] • dinner

đồ ăn nhẹ
[dò an nhẹ] • snack

bữa sáng

bữa sáng

bữa trưa

bữa trưa

bữa tối

bữa tối

đồ ăn nhẹ

đồ ăn nhẹ

Food

mì pasta
[mì pasta] • pasta

cơm
[kohm] • rice

xa lát
[sa lát] • salad

canh
[kanh] • soup

mì pasta

mì pasta

cơm

cơm

xa lát

xa lát

canh

canh

2 Thức ăn [thụ-k an]

gà

[gà] • chicken

bò

[bò] • beef

xúc xích

[súc síck] • sausage

cá

[ká] • fish

gà

gà

bò

bò

xúc xích

xúc xích

cá

cá

Food

bánh mì sandwich
[bánh mì sandwich] • sandwich

pizza
[pizza] • pizza

khoai tây chiên
[khoai taee chien] • french fries

ham-bơ-gơ
[ham-bo-go] • hamburger

bánh mì sandwich

bánh mì sandwich

pizza

pizza

khoai tây chiên

khoai tây chiên

ham-bơ-gơ

ham-bơ-gơ

3 Thức ăn [thụ-k an]

kem

[kem] • ice cream

bánh quy

[bánh kuee] • cookie

bánh ngọt

[nh ng-ọt] • cake

bánh nướng có nhân

[bány núghong có nyan] • pie

kem

kem

bánh quy

bánh quy

bánh ngọt

bánh ngọt

bánh nướng có nhân

bánh nướng có nhân

Food

nước

[ny-ok] • water

sữa

[sy-a] • milk

nước ép

[ný-ok ép] • juice

cà phê

[kà fe] • coffee

nước

nước

sữa

sữa

nước ép

nước ép

cà phê

cà phê

Quần áo [kwản áo]

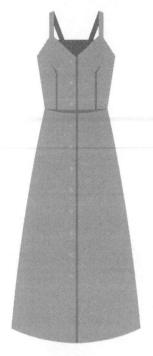

đầm
[dàhm] • dress

túi
[túi] • bag

áo khoác
[áo khóak] • coat

áo blouse
[áo blouse] • blouse

giày cao gót
[zàee kao gót] • high-heeled shoes

mũ
[mu-u] • hat

đầm

túi

áo khoác

áo blouse

giày cao gót

mũ

Clothes

áo sơ mi cúc

quần đùi

áo thun

quần dài

giày bốt

giày thể thao

quần đùi
[kuàn doòee] • shorts

áo sơ mi cúc
[áo so mi kúc] • button down shirt

áo thun
[áo thun] • t-shirt

quần dài
[kwàn zài] • pants

giày bốt
[zàee bót] • boots

giày thể thao
[zàee t-hẻ t-hảo] • sneakers

Các tháng [kác tháng]

Tháng Một
[tháng mọt] • January

Tháng Tư
[tháng ty] • April

Tháng Hai
[tháng hai] • February

Tháng Năm
[tháng nam (short a)] • May

Tháng Ba
[tháng ba] • March

Tháng Sáu
[tháng sáu] • June

Tháng Một

Tháng Một

Tháng Hai

Tháng Hai

Tháng Ba

Tháng Ba

Tháng Tư

Tháng Tư

Tháng Năm

Tháng Năm

Tháng Sáu

Tháng Sáu

Months

Tháng Bảy
[thang bảee] • July

Tháng Tám
[tháng tám] • August

Tháng Chín
[tháng chín] • September

Tháng Mười
[tháng mu-òi] • October

Tháng Mười Một
[tháng mù-oi mọt] • November

Tháng Mười Hai
[tháng mù-oi hai] • December

Tháng Bảy

Tháng Bảy

Tháng Tám

Tháng Tám

Tháng Chín

Tháng Chín

Tháng Mười

Tháng Mười

Tháng Mười Một

Tháng Mười Một

Tháng Mười Hai

Tháng Mười Hai

Ngày trong tuần
Days of the week

Thứ Hai
[thú hai] • Monday

Thứ Hai

Thứ Ba
[thú ba] • Tuesday

Thứ Ba

Thứ Tư
[thú ty] • Wednesday

Thứ Tư

Thứ Năm
[thú nam (short a)] • Thursday

Thứ Năm

Thứ Sáu
[thú sáu] • Friday

Thứ Sáu

Thứ Bảy
[thú bảee] • Saturday

Thứ Bảy

Chủ Nhật
[chủ nhạt] • Sunday

Chủ Nhật

Các mùa
Seasons

mùa đông
[mùa dohng] • winter

mùa đông

mùa xuân
[mùa suahn] • spring

mùa xuân

mùa hè
[mùa hèh] • summer

mùa hè

mùa thu
[mùa t-hu] • autumn

mùa thu

1 Các bộ phận của ngôi nhà

[kák bọ phạn kủa ngoi nhà]

căn nhà

[kan nhàh] • house

căn nhà

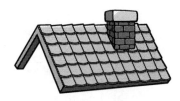

mái nhà

[mái nhà] • roof

mái nhà

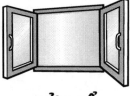

cửa sổ

[kủa sỏ] • window

cửa sổ

hàng rào

[hàng zào] • fence

hàng rào

tường

[tu-o-ng] • wall

tường

108

Parts of the house

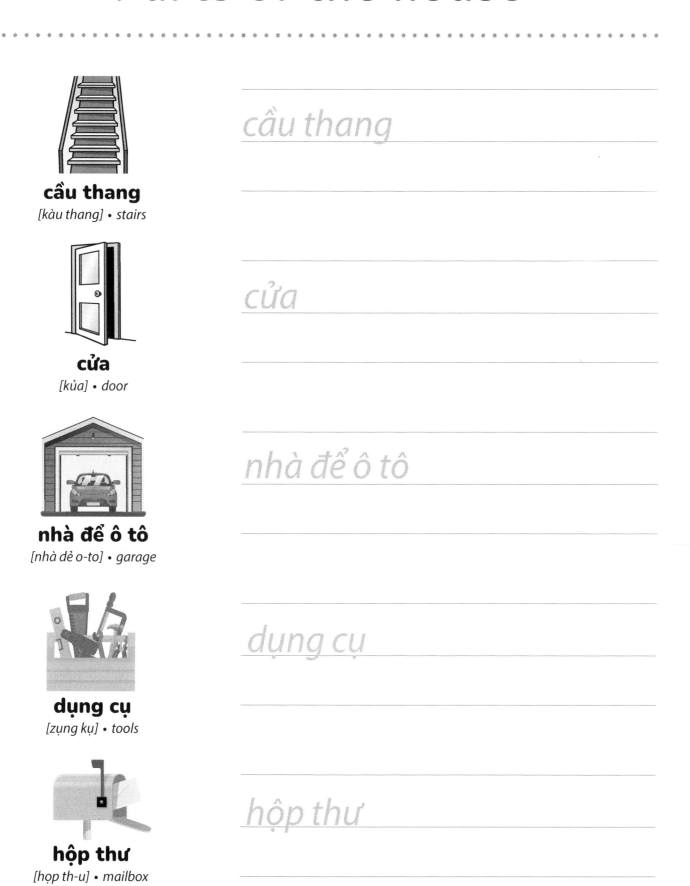

cầu thang
[kàu thang] • stairs

cầu thang

cửa
[kủa] • door

cửa

nhà để ô tô
[nhà đẻ o-to] • garage

nhà để ô tô

dụng cụ
[zụng kụ] • tools

dụng cụ

hộp thư
[họp th-u] • mailbox

hộp thư

Các bộ phận của ngôi nhà

[kák bọ phạn kủa ngoi nhà]

phòng khách

[fòng khák] • living room

phòng khách

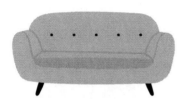

đi văng

[dee vahng] • couch

đi văng

ghế bành

[ghéh bành] • armchair

ghế bành

đèn

[dèn] • lamp

đèn

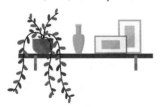

kệ

[kẹ] • shelf

kệ

Parts of the house

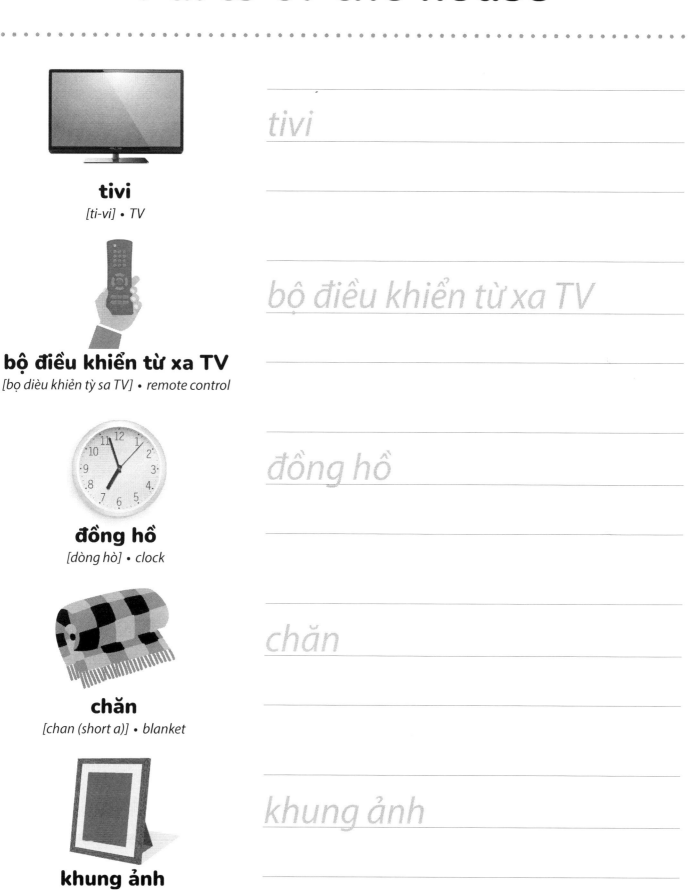

tivi
[ti-vi] • TV

tivi

bộ điều khiển từ xa TV
[bọ dièu khiẻn tỳ sa TV] • remote control

bộ điều khiển từ xa TV

đồng hồ
[dòng hò] • clock

đồng hồ

chăn
[chan (short a)] • blanket

chăn

khung ảnh
[(k)hung ảnh] • picture frame

khung ảnh

phòng ngủ
[fòng ngủ] • bedroom

phòng ngủ

giường
[gy-òw-n] • bed

giường

thảm
[thảm] • rug

thảm

tủ đựng quần áo
[tủ dụ-ng kuàn áo] • dresser

tủ đựng quần áo

ghế
[gé] • chair

ghế

112

Parts of the house

gối
[gói] • pillow

gối

bàn đầu giường
[bàn dàu zu-ò-ng] • nightstand

bàn đầu giường

cây trồng
[kai chòng] • plant

cây cỏ

gương
[gu-o-ng] • mirror

gương

nến
[néhn] • candle

nến

Các bộ phận của ngôi nhà

[kák bọ phạn kủa ngoi nhà]

nhà bếp
[nyà béhp] • kitchen

nhà bếp

đĩa ăn
[di-ia an] • plate

đĩa ăn

cốc
[kók] • cup

cốc

thìa
[thìa] • spoon

thìa

nĩa
[ni-ia] • fork

nĩa

Parts of the house

dao
[zao] • knife

dao

ấm đun nước
[ám dun ný-ok] • kettle

ấm đun nước

chảo rán
[chảo zán] • frying pan

chảo rán

muối
[muói] • salt

muối

tiêu
[tieu] • pepper

tiêu

Các bộ phận của ngôi nhà
[kák bọ phạn kủa ngoi nhà]

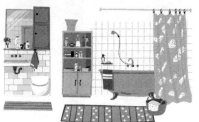

phòng tắm
[fòng tám] • bathroom

phòng tắm

bồn tắm
[bòhn táhm] • bathtub

bồn tắm

bàn chải đánh răng
[bàhn chải dánh zang] • toothbrush

bàn chải đánh răng

kem đánh răng
[kem dáng zang (short a)] • toothpaste

kem đánh răng

bồn rửa mặt
[bòhn zủ-a mạt] • sink

bồn rửa mặt

Parts of the house

cái khăn lau
[kái han lau] • towel

cái khăn lau

vòi sen
[vòi sen] • shower

vòi sen

máy sấy tóc
[máee sáee tók] • hair dryer

máy sấy tóc

nhà vệ sinh
[nyà vẹ seeny] • toilet

nhà vệ sinh

giấy vệ sinh
[záee vẹ sinh] • toilet paper

giấy vệ sinh

Các bộ phận của ngôi nhà

[kák bọ phạn kủa ngoi nhà]

phòng trẻ em

[fòng chẻ em] • children's room

phòng trẻ em

đồ chơi

[dò chòi] • toys

đồ chơi

trái bóng

[chái bóng] • ball

trái bóng

búp bê

[búp beh] • doll

búp bê

sách

[sák] • book

sách

Parts of the house

tầng hầm

[tàng hàm] • basement

tầng hầm

máy giặt

[máee zạt] • washing machine

máy giặt

rổ đựng quần áo

[zỏ dụng kwàn áo] • laundry basket

rổ đựng quần áo

những chiếc hộp

[nyũghng cheếc họp] • boxes

những chiếc hộp

nước giặt

[nu-ók zạt] • laundry detergent

nước giặt

① Những tòa nhà [ni-u-ng tòa nhà]

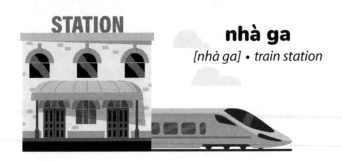

nhà ga
[nhà ga] • train station

bưu điện
[bu-u diẹn] • post office

trường học
[chu-òng họk] • school

đồn cảnh sát
[dòn kảnh sát]
police station

nhà ga

nhà ga

bưu điện

bưu điện

trường học

trường học

đồn cảnh sát

đồn cảnh sát

Buildings

bệnh viện
[bẹnh viẹn] • hospital

nhà thuốc
[nhà thúok] • pharmacy

trạm cứu hỏa
[chạm cứghoo hỏa]
fire station

sân bay
[san baee] • airport

bệnh viện

bệnh viện

nhà thuốc

nhà thuốc

trạm cứu hỏa

trạm cứu hỏa

sân bay

sân bay

2 Những tòa nhà [ni-u-ng tòa nhà]

nhà
[nhà] • house

ngân hàng
[ngan hàng] • bank

cửa hàng tạp hóa
[kủa hàng tạp hóa] • grocery store

thư viện
[t-hu viện] • library

nhà

nhà

ngân hàng

ngân hàng

cửa hàng tạp hóa

cửa hàng tạp hóa

thư viện

thư viện

Buildings

nhà thờ
[nhà thòh] • church

nhà hàng
[nhà hàng] • restaurant

trạm xăng
[chạm sang (short a)] • gas station

tiệm bánh
[tiệm bánh] • bakery

nhà thờ

nhà thờ

nhà hàng

nhà hàng

trạm xăng

trạm xăng

tiệm bánh

tiệm bánh

1 Phương tiện vận chuyển
[fu-ong tiện vạn chuyển]

xe hơi

[se hoy] • car

xe buýt

[se bu-éet] • bus

xe lửa

[se lỷ-a] • train

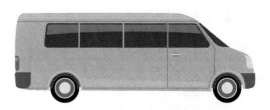

xe van

[se van] • van

xe hơi

xe hơi

xe buýt

xe buýt

xe lửa

xe lửa

xe van

xe van

Transportation

xe cấp cứu

[se káp kú-u] • ambulance

xe cứu hỏa

[xe kú-u hỏa] • fire truck

ô tô cảnh sát

[o to kảnh sát] • police car

xe rác

[se zák] • garbage truck

xe cấp cứu

xe cấp cứu

xe cứu hỏa

xe cứu hỏa

ô tô cảnh sát

ô tô cảnh sát

xe rác

xe rác

② **Phương tiện vận chuyển**
[fu-ong tiện vạn chuyển]

máy đào

[máee dào] • excavator

xe cẩu

[se kảu] • crane truck

xe ben

[se ben] • dump truck

xe trộn bê tông

[xe chọn be tong] • cement mixer

máy đào

máy đào

xe cẩu

xe cẩu

xe ben

xe ben

xe trộn bê tông

xe trộn bê tông

Transportation

máy bay

[máy bay] • airplane

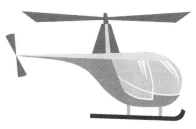

trực thăng

[chyk chang] • helicopter

khí cầu

[khí kàu] • air balloon

tàu vũ trụ

[tàu vu-u chụ] • rocketship

máy bay

máy bay

trực thăng

trực thăng

khí cầu

khí cầu

tàu vũ trụ

tàu vũ trụ

③ Phương tiện vận chuyển
[fu-ong tiện vạn chuyển]

thuyền
[kon thuểen] • boat

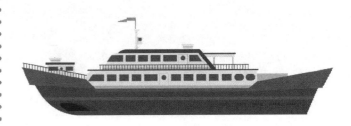

tàu
[tàu vu-u chụ] • ship

thuyền buồm
[thu-yèn buòm] • sailboat

mô tô nước
[mo to nu-ók] • jet ski

thuyền

thuyền

tàu

tàu

thuyền buồm

thuyền buồm

mô tô nước

mô tô nước

Transportation

xe đạp

[se dạp] • bicycle

xe máy

[se máy] • motorcycle

xe scooter

[se scooter] • scooter

xe golf

[se golf] • golf cart

xe đạp

xe đạp

xe máy

xe máy

xe scooter

xe scooter

xe golf

xe golf

1 Động từ cơ bản

 sống
[sóng] · *to live*

sống

 yêu
[ieeu thew-ong] · *to love*

yêu

 ngủ
[ngủ] · *to sleep*

ngủ

 nói
[nói] · *to talk*

nói

 đi bộ
[di bọ] · *to walk*

đi bộ

 chạy
[chạee] · *to run*

chạy

 giúp đỡ
[zúp do-o] · *to help*

giúp đỡ

 nghe
[nghe] · *to hear*

nghe

Basic verbs

học
[họk] · *to study*

học

làm việc
[làm viek] · *to work*

làm việc

ngồi
[ngòi] · *to sit*

ngồi

đứng
[dú-ng] · *to stand*

đứng

cười
[kù-oi] · *to laugh*

cười

khóc
[(k)hók] · *to cry*

khóc

nghĩ
[nghee-ee] · *to think*

nghĩ

chỉ ra
[chỉ za] · *to show*

chỉ ra

2 Động từ cơ bản

chơi
[choi] · to play

chơi

nhảy múa
[nyải moóa] · to dance

nhảy múa

nhảy lên cao
[nhảee len kao] · to jump

nhảy lên cao

lái
[láee] · to ride

lái

nấu ăn
[náu an (short a)] · to cook

nấu ăn

ăn
[an (short a)] · to eat

ăn

uống
[uóng] · to drink

uống

làm sạch
[làm sạk] · to clean

làm sạch

Basic verbs

 hôn
[hon] · to kiss

hôn

 ôm
[om] · to hug

ôm

 trả lời
[chả lòi] · to answer

trả lời

 hỏi
[hỏi] · to ask

hỏi

 nhìn thấy
[nhìn tháee] · to see

nhìn thấy

 ngửi
[ngủ-i] · to smell

ngửi

 mở
[mỏh] · to open

mở

 đóng
[dóng] · to close

đóng

③ Động từ cơ bản

đọc
[dọk] · to read

đọc

viết
[viét] · to write

viết

học
[họk] · to learn

học

nhớ
[nhó] · to remember

nhớ

123

đếm
[dém] · to count

đếm

vẽ
[ve-e] · to draw

vẽ

làm
[làm vịek] · to do

làm

xây dựng
[saee zụng] · to build

xây dựng

Basic verbs

 lấy
[láee] · *to take*

lấy

 đưa cho
[dưgha cho] · *to give*

đưa cho

 thức dậy
[thúk zậee] · *to wake up*

thức dậy

 mặc quần áo
[mạk kwàn áo] · *to get dressed*

 mặc quần áo

 tìm thấy
[tìm tháee] · *to find*

 tìm thấy

 mua
[mua] · *to buy*

mua

 biết
[biét] · *to know*

biết

 tin tưởng
[tin tửghong] · *to believe*

tin tưởng

Ở công viên: | At the park

cây cối
[kaee kỏ] • trees

cây cỏ

những bông hoa
[nyaũng bong hoa] • flowers

những hoa

đi bộ
[di bọ] • walk

đi bộ

ghế dài
[ghé zài] • bench

ghế dài

Ở cửa hàng: | At the store

giỏ hàng
[zỏ hàng] • cart

giỏ hàng

ví tiền
[ví tièn] • wallet

ví tiền

thức ăn
[thụ-k an] • food

thức ăn

đồ uống
[dò uóng] • beverages

đồ uống

Ở phòng khám của bác sĩ
At the doctor's office

**cuộc hẹn
với bác sĩ**
[kụok hẹn vói bák si-i]
doctor's appointment

cuộc hẹn với bác sĩ

thuốc
[thuóc] • medicine

thuốc

đơn thuốc
[don thúok] • prescription

đơn thuốc

nhiệt kế
[nhiệt ké] • thermometer

nhiệt kế

Ở trường học: | At the school

giáo viên
[záo vien] • teacher

giáo viên

học sinh
[họk sinh] • student

học sinh

bàn học
[bàn họk]
desk

bàn học

ba lô
[ba lo] • backpack

ba lô

Thời tiết: *[thời tiết]*

nắng

[náng (short a)] • sunny

nắng

có mây

[kó maee] • cloudy

có mây

trời đang mưa

[chòi dang mugh-a] • it's raining

trời đang mưa

trời đang có tuyết rơi

[chòi dang kó tooiết roi] • it's snowing

trời đang có tuyết rơi

Weather

có gió

[kó zió] • windy

có gió

cầu vồng

[kou vòhng] • rainbow

cầu vồng

trời nóng

[chòi nóng] • it's hot

trời nóng

trời lạnh

[chòi lạnh] • it's cold

trời lạnh

www.lingvitokids.com

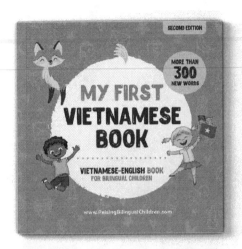

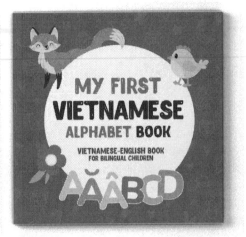

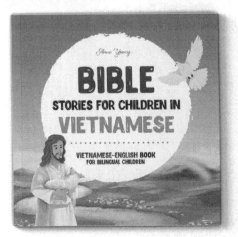

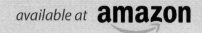

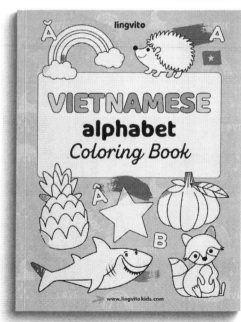

Thank you very much for choosing us!

It would be amazing if you wrote
an honest feedback on Amazon!
It means so much to us!

Questions?
Email us at
<u>hello@lingvitokids.com</u>

 www.lingvitokids.com

lingvito

Follow us on Instagram
@bilingual_kids_edu

Edition 1.0 - Updated on February 19, 2024

Made in the USA
Monee, IL
02 November 2024

69116053R00081